Impressum
Verlag: BABADADA GmbH, Nedderfeld 112 , 22529 Hamburg
Geschäftsführer / Verlagsleitung: Harald Hof
Druck: Books on Demand GmbH, In de Tarpen 42, 22848 Norderstedt

Imprint
Publisher: BABADADA GmbH, Nedderfeld 112 , 22529 Hamburg, Germany
Managing Director / Publishing direction: Harald Hof
Print: Books on Demand GmbH, In de Tarpen 42, 22848 Norderstedt, Germany

ትምህርት ቤት

de School

መማሪያ ክፍል
de Klassenstuuv
ማካፈል
delen
186/2
ሰሌዳ
de Tafel
የትምህርት ቤት ቅጥር ግቢ
de Schoolhoff
መምህር
de Schoolmeester
ወረቀት
dat Papeer
schrieven
እስክሪብቶ
de Sticken
መፃፊያ ጠረጴዛ
de Schrievdisch
ማስመሪያ
dat Lienholt
መጽሐፍ
dat Book
ተማሪ
de Schöler

የጀርባ ቦርሳ

de Ranzel

የእርሳስ መያዣ

de Feddermapp

እርሳስ

de Bleesticken

የእርሳስ መቅረጫ

de Scharpmaker

ላጲስ

dat Radeergummi

የስዕል ደብተር

de Tekenblock

2 ትምህርት ቤት - de School

ስዕል
de Teken

የቀለም ብሩሽ
de Pinsel

የቀለም ሳጥን
de Malkassen

መቀስ
de Scheer

ማጣበቂያ
de Klever

መልመጃ ደብተር
dat Heft to'n Öven

የቤት ስራ
de Huusopgaav

12

ቁጥር
de Tall

2+2

መደመር
tohooptellen

5-2

መቀነስ
aftrecken

2×2

ማባዛት
malnehmen

ቁጥሮችን ማስላት
reken

A

ደብዳቤ
de Bookstaav

ABCDEFG
HIJKLMN
OPQRSTU
VWXYZ

ፊደላት
dat ABC

hello

ቃል
dat Woort

ፅሑፍ
de Text

ማንበብ
lesen

ጠመኔ
de Kried

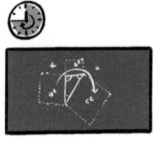

ትምህርት
de Stunn

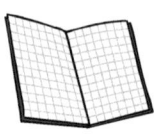

ምዝገባ
dat Klassenbook

ፈተና
de Pröven

ሰርተፊኬት
dat Tüügnis

የትምህርት ቤት የደንብ ልብስ
de Schooluniform

ትምህርት
de Utbillen

አዉደ ጥበብ
dat Nakieksel

ዩኒቨርስቲ
de Universität

የምርምር አጉሊ መሳርያ
dat Mikroskop

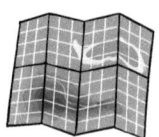

ካርታ
de Koort

የቆሻሻ ወረቀት መጣያ ቅርጫት
de Papeerkorf

ጉዞ

de Törn

ሆቴል
dat Hotel
ማረፊያ ቤት
de Harbarg
ROOMS
CHANGE
የዉጭ ገንዘብ ምንዛሪ ቢሮ
de Wesselstuuv
ልብስ መያዣ ሻንጣ
de Kuffer
መኪና
dat Auto

ቋንቋ

de Spraak

አዎ/ አይደለም

jo / ne

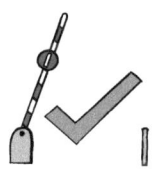

እሺ

Jo

ሰላም

Moin

አስተርጓሚ

de Översetter

አመሰግናለሁ

Dank ok

ስንት ነዉ.......?

Wat kost…?

አልገባኝም

Ik verstah nich

እክል

dat Problem

እንደምን አመሹ!

Goden Avend

እንደምን አደሩ!

Moin!

መልካም ምሽት!

Gode Nacht!

ደህና ይሰንብቱ

Tschüüs

አቅጣጫ

de Richt

ሻንጣ

de Bagaasch

ቦርሳ

de Tasch

የጀርባ ቦርሳ

de Rüchsack

እንግዳ

de Gast

ክፍል

de Stuuv

የመተኛ ቦርሳ

de Slaapsack

ድንኳን

dat Telt

የጎብኚዎች መረጃ

de Touristeninformatschoon

የባህር ዳርቻ

de Strand

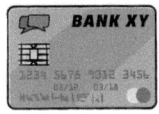

ክሬዲት ካርድ

de Kreditkoort

ቁርስ

dat Fröhstück

ምሳ

dat Meddageten

እራት

dat Avendeten

ቲኬት

de Fohrkort

አሳንሰር

de Fohrstohl

ማህተም

de Breefmark

ድንበር

de Grenz

ባህሎች

de Toll

ኤምባሲ

de Bottschop

ቪዛ/የይለፍ ወረቀት

dat Visum

ፓስፖርት

de Pass

መጓጓዣ
de Transport

de Fleger
መርከብ
dat Schipp
የእሳት አደጋ መኪና
dat Füerwehrauto
አዉቶብስ
de Autobus
የጭነት መኪና
de Lastwagen
የሞተር ጀልባ
dat Motoorboot
ብስክሌት
dat Fohrrad
መኪና
dat Auto

የማመላለሻ ጀልባ
....
de Fähr

ጀልባ
....
dat Boot

የሞተር ብስክሌት
....
dat Motoorrad

የፖሊስ መኪና
....
dat Polizeiauto

የዉድድር መኪና
....
dat Rönnauto

የኪራይ መኪና
....
de Lehnwagen

የመኪና መጋራት
dat Carsharing

ጎታች መኪና
de Afsleepwagen

የ ሻሻ ጭነት መኪና
dat Müllauto

ሞተር
de Motoor

ነዳጅ
de Kraftstoff

የቤንዚን ማደያ
de Tanksteed

የመን ድ ምልክት
dat Verkehrsschild

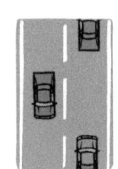

የመኪኖች እንቅስቃሴ
de Verkehr

የመኪና መጨናነቅ
de Stau

የመኪና ማ ሚያ
de Afstellplatz

የባቡር ጣቢያ
de Bahnhoff

የባቡር ሀዲዶች
de Sporen

ባቡር
de Tog

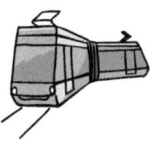

የኤሌክትሪክ ባቡር
de Stratenbahn

ሰረ ላ
de Wagon

ሄሊኮፕተር

de Dwarsmöhl

አየር ማረፊያ

de Flooghaven

ማማ

de Tower

መንገደኛ

de Fohrgast

ማስቀመጫ፤ ማጠራቀሚያ

de Grootkist

ካርቶን እቃ ማሸጊያ

de Karton

ጋሪ፤ ተሳቢ

de Koor

ቅርጫት

de Korf

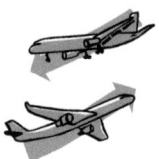

መነሳት/ ማረፍ

starten / lannen

ከተማ

de Stadt

መንደር

dat Dörp

የከተማ ማዕከል

de Binnenstadt

ቤት

dat Huus

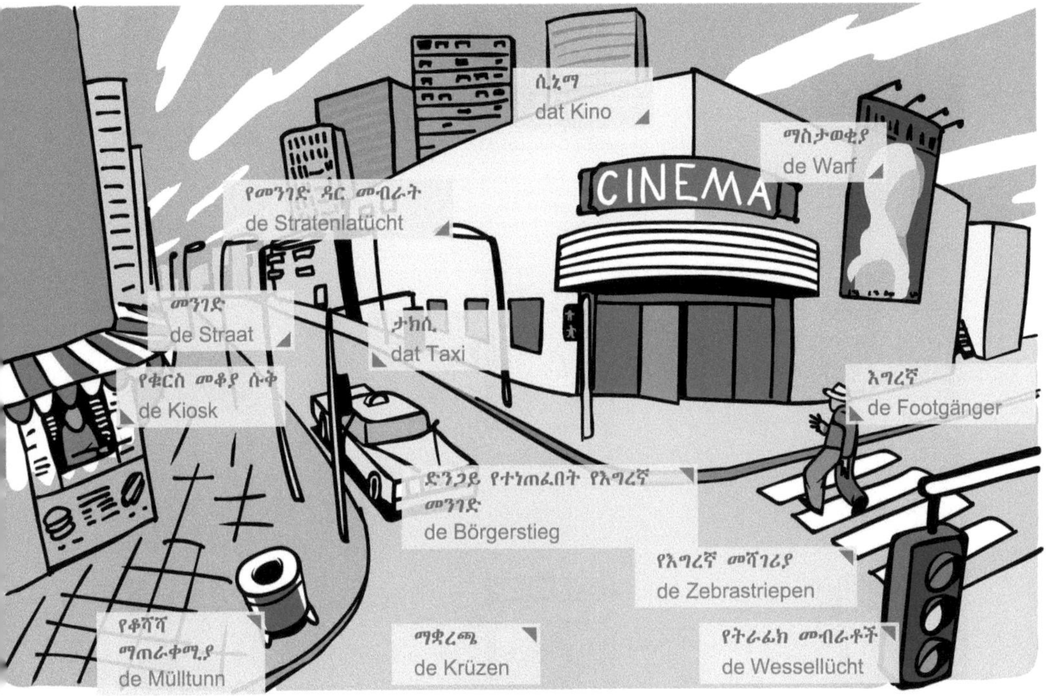

ሲኒማ
dat Kino
ማስታወቂያ
de Warf
CINEMA
የመንገድ ዳር መብራት
de Stratenlatücht
መንገድ
de Straat
ታክሲ
dat Taxi
የቁርስ መቆያ ሱቅ
de Kiosk
እግረኛ
de Footgänger
ድንጋይ የተነጠፈበት የእግረኛ መንገድ
de Börgerstieg
የእግረኛ መሻገሪያ
de Zebrastriepen
የቆሻሻ ማጠራቀሚያ
de Mülltunn
ማቋረጫ
de Krüzen
የትራፊክ መብራቶች
de Wessellücht

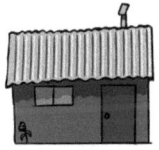

ጎጆ

de Hütt

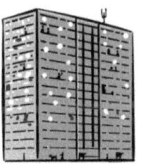

አፓርታማ

de Wahnung

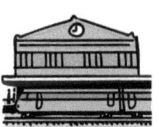

የባቡር ጣቢያ

de Bahnhoff

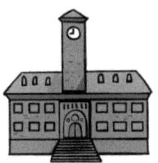

የከተማ አዳራሽ

dat Raathuus

MUSEUM

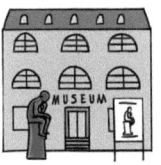

ቤተ መዘክር

dat Museum

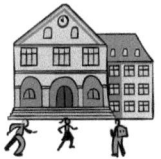

ትምህርት ቤት

de School

ዩኒቨርስቲ

....

de Universität

ባንክ

....

de Bank

ሆስፒታል

....

dat Krankenhuus

ሆቴል

....

dat Hotel

መድሐኒት ቤት

....

de Afteek

ቢሮ

....

dat Büro

መፅሐፍ መሸጫ

....

de Bookhökerie

ቅ

....

de Hökerie

የአበባ መሸጫ

....

de Blomenhökerie

የሸቀጣ ሸቀጥ መደብር

....

de Supermarkt

ገበያ ስፍራ

....

de Markt

መደብር

....

dat Koophuus

የ ሳ ነጋዴ

....

de Fischhökerie

የገበያ ማዕከል

....

dat Inkoopszentrum

ደብ

....

de Haven

መናፈሻ ቦታ
....
de Parkanlaag

አግዳሚ ወንበር
....
de Bank

ድልድይ
....
de Brüch

ደረጃዎች
....
de Trepp

ዉስጥ ለዉስጥ
....
de Ünnergrundbahn

ዋሻ
....
de Tunnel

የአዉቶቡስ ፌርማታ
....
de Busstoppsteed

ባር
....
de Bar

ምግብ ቤት
....
dat Spieslokal

የፖስታ ሳጥን
....
de Breefkassen

የመንገድ ምልክት
....
dat Stratenschild

የመኪና ማቆሚያ ሒሳብ የሚያሰላ
·····ማሽን·····
de Parkklock

የደር እንስሳት ማቆያ
....
de Deertenpark

የመዋኛ ገንዳ
....
de Baadanstalt

መስጊድ
....
de Moschee

እርሻ
de Buernhoff

የሚበክል ነገር
de Ümweltversmudden

መቃብር ስፍራ
de Karkhoff

ቤተ ክርስቲያን
de Kark

መጫወቻ ሜዳ
de Speelplatz

ቤተ መቅደስ
de Tempel

መልከዓምድር
de Landschop

ቅጠል
dat Blatt

የመንገድ ላይ ምልክት
de Wiespahl

መንገድ
de Weg

አረንጓዴ መስክ
de Wisch

ድንጋይ
de Steen

ዛፍ
de Boom

በእግሩ የሚጓዝ
de Wannerer

ወንዝ
de Fluss

ሳር
dat Gras

አበባ
de Bloom

ሸለቆ
dat Daal

ኮረብታ
de Barg

ሀይቅ
de See

ጫካ
dat Holt

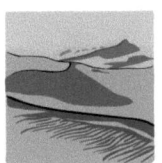

በረሃ
de Wööst

እሳተ ገሞራ
de Füerspien Barg

ግምብ
dat Slott

ቀስተ ዳመና
de Regenbagen

እንጉዳይ
de Poggenstohl

የቴምብር ዛፍ/ ዘንባባ
de Palm

ቢንቢ/ የወባ ትንኝ
de Steekmück

በራሪ
de Fleeg

ጉንዳን
de Miegeemk

ንብ
de Imm

ሸረሪት
de Spinn

ጢንዚዛ

....

de Sebber

እንቁራሪት

....

de Pogg

ሽኮኮ

....

de Katteker

ጃርት

....

de Swienegel

ጥንቸል

....

de Haas

ጉጉት ወፍ

....

de Uul

ወፍ

....

de Vagel

የዉሃ ዳክዬ

....

de Swaan

ከርከሮ

....

dat Wildswien

አጋዘን

....

de Hirsch

አጋዘን

....

de Elk

ግድብ

....

de Staudamm

በነፋስ የሚሽከረከር

....

dat Windrad

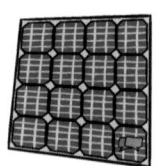

የፀሀይ ፓኔሎ

....

dat Solarmodul

አየር ንብረት

....

dat Klima

ምግብ ቤት
dat Spieslokal

አስተናጋጅ
de Kellner
ማዉጫ
de Spieskoort
ወንበር
de Stohl
ሾርባ
de Supp
de Pizza
መክተፊያ
የጠረጴዛ ጨርቅ
de Dischdeek

የምግብ ፍላጎትን የሚከፍት ምግብ
de Vörspies

ዋና ምግብ
dat Haupteten

ማጣጣሚያ ተከታይ ምግብ
de Nadisch

መጠጦች
de Drünk

ምግብ
dat Eten

ጠርሙስ
de Buddel

ፈጣን ምግብ

dat Fastfood

የመንገድ ምግብ

dat Strateneten

የሻይ ማንቆርቆሪያ

de Teekann

የ ኳር እቃ

de Zuckerdoos

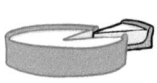

ድርሻ

de Portschoon

የቡና ማፊያ ማሽን

de Espressomaschien

ባለጌ ወንበር

de Hoochstohl

የክፍያ ደረሰኝ

de Reken

ትሪ

dat Tablett

ቢላዋ

dat Mess

ሹካ

de Gavel

ማንኪያ

de Lepel

የሻይ ማንኪያ

de Teelepel

ልብ   ምግብ እንዳይነካ የሚረዳ
ጨርቅ

dat Munddook

ብርጭቆ

dat Glas

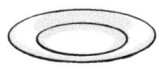

ርግ ሰሀን

....

de Töller

ሾርባ ጎድጓዳ ሰሀን

....

de Suppentöller

ኒ ማ ቀመጫ

....

de Ünnertass

ማ ፈጫ ጎ

....

de Sooß

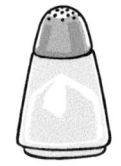

ዉ እቃ

....

de Soltstreuer

ተፈ ቃሪያ

....

de Pepermöhl

ም ጤ

....

de Etig

ምግ ዘይት

....

dat Ööl

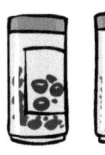

ቀመማ መሞች

....

de Krüder

ቲማቲም ድልህ

....

de Ketchup

ሰናፍ ጭ

....

de Mostrich

ማዮኒ

....

de Mayonnaise

የሸቀጣ ሸቀጥ መደብር

de Supermarkt

FOR
de Kunn
የወተት ተዋፅዖ
de Melkprodukten
ፍራፍሬ
dat Aaft
ባለ ጎማ የእጅ ጋሪ
de Inkoopswagen

ሉካንዳ ነጋዴ

de Slachterie

መጋገርያ

de Bäckerie

ክብደት መመዘን

wegen

ቅጠላ ቅጠል አትክልት

de Gröönsaken

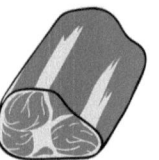

ስጋ

dat Fleesch

የቀዘቀዘ/የረጋ ምግብ

de Deepköhlkost

ቀዝቃዛ ቁራጭ

de Opsnitt

ታሸገ ምግብ

de Konserven

ጠቢያ ዱቄት

de Waschmiddel

ፋጮች

de Snoopkraam

ት ዉስጥ ዉጤቶች

de Huushooltssaken

ፅዳት ምርቶች

de Reinmaaktüüch

ሽያጭ ባለሙያ

de Verköpersche

ገ ዘብ መመዝቢያ ሽ

de Kass

ሒሳብ ሰራተኛ

de Kasserer

ግዢ ዝርዝር

de Inkoopslist

ክፍት ሰዓታት

de Opsparrtieden

ኪስ ቦርሳ

de Breeftasch

ክ ዲት ካርድ

de Kreditkoort

ቦርሳ

de Tasch

ፕላስቲክ ቦርሳ

de Plastiktüüt

መጠጦች

de Drünk

ውሃ

dat Water

ጭማቂ

de Saft

ወተት

de Melk

ኮካ-ኮላ

de Cola

ወይን

de Wien

ቢራ

dat Beer

አልኮል

de Spriet

ኮካ

de Kakao

ሻይ

de Tee

ቡና

de Koffie

የተፈላ ቡና

de Espresso

ካፕቺኖ

de Cappucino

ሙዝ

....

de Banaan

ፖም

....

de Appel

ብርቱካን

....

de Appelsien

ሀብሀብ

....

de Meloon

ሎሚ

....

de Zitroon

ካሮት

....

de Wöttel

ነጭ ሽንኩርት

....

de Knuuvlook

ሸምበቆ

....

de Bambus

ቀይ ሽንኩርት

....

de Zibbel

እንጉዳይ

....

de Poggenstohl

ለዉዝ

....

de Nööt

የህፃናት ምግብ

....

de Nudeln

ፓስታ

de Spaghetti

ሩዝ

de Ries

ሰላጣ

de Salat

የድንች ጥብስ

de Pommes frites

ድንች ጥብስ

de Braadkantüffeln

ፒዛ

de Pizza

ዳቦ ዉስጥ በስሱ ተጠብሶ የገባ ስጋ

de Hamborger

ሳንድዊች

dat Sandwich

ጥሬ ስጋ

dat Snitzel

የአሳማ ስጋ

de Schinken

በቅመምና በጨዉ የታሸ ምግብ ቀዝቅዞ የሚበላ ሾርባ ምግብ

de Salami

ቋሊማ

de Wust

ዶሮ

dat Hohn

ጥብስ

de Braden

አሳ

de Fisch

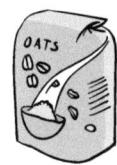

የአጃ ገንፎ
de Haverflocken

ከወተት ጋር ተደባልቀዉ የሚበሉ
"ምግቦች"
dat Müsli

የበቆሎ ቅርፊት
de Cornflakes

ዱቄት
dat Mehl

ኩራሳ
de Croissant

ድብልብል ዳቦ
dat Rundstück

ዳቦ
dat Broot

መጥበስ
dat Toast

ብስኩት
de Keksen

ቅቤ
de Botter

እርጎ
de Quark

ኬክ
de Koken

እንቁላል
dat Ei

እንቁላል ጥብስ
dat Spegelei

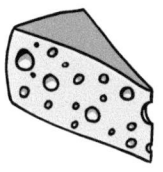

አይብ
de Kees

የበረዶ ክሬም

de Ies

ስኳር

de Zucker

ማር

de Honnig

ማርማ ት

de Marmelaad

የተናጠ የወተት ክሬም

de Nougat-Creme

ማጣፈጫ

dat Curry

እርሻ

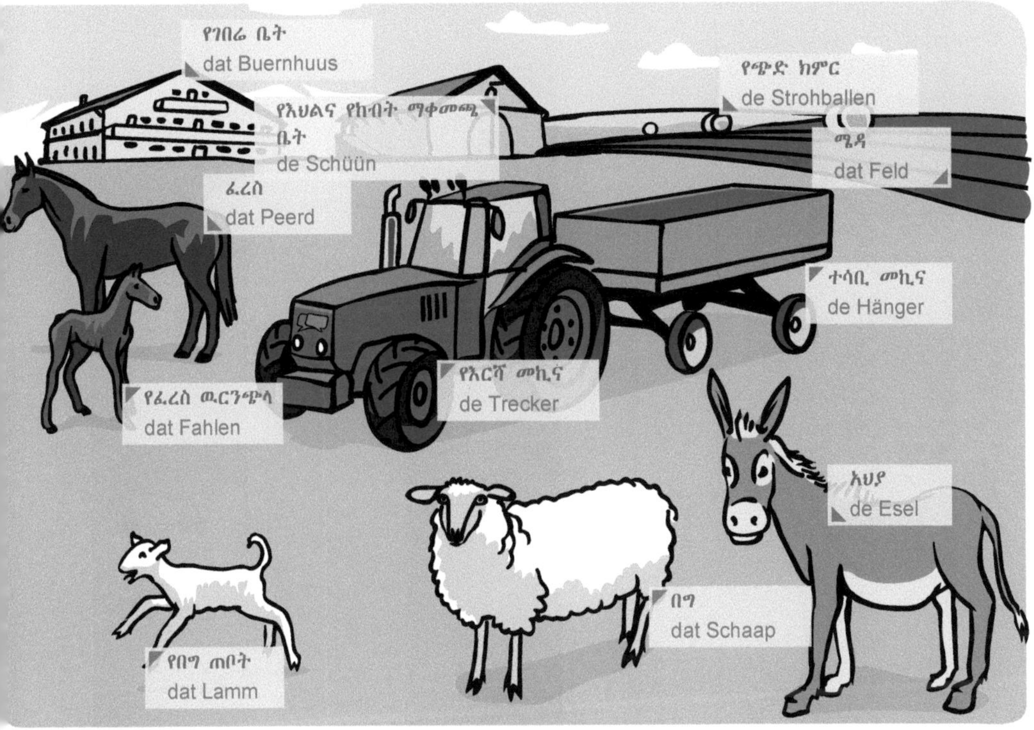

የገበሬ ቤት
dat Buernhuus
የእህልና የከብት ማቀመጫ ቤት
de Schüün
የጭድ ክምር
de Strohballen
ሜዳ
dat Feld
ፈረስ
dat Peerd
ተሳቢ መኪና
de Hänger
የእርሻ መኪና
de Trecker
የፈረስ ዉርንጭላ
dat Fahlen
አህያ
de Esel
በግ
dat Schaap
የበግ ጠቦት
dat Lamm

ፍየል
de Zeeg

ላም
de Koh

ጥጃ
dat Kalf

አሳማ
dat Swien

ግልገል አሳማ
dat Farken

ኮርማ
de Bull

ዝይ

....

de Goos

ዳክዬ

....

de Aant

የዶሮ ጫጩት

....

dat Küken

ዶሮ

....

dat Hohn

አውራ ዶሮ

....

de Hahn

አይጥ

....

de Rott

ድመት

....

de Katt

አይጥ

....

de Muus

በሬ

....

de Oss

ውሻ

....

de Hund

የውሻ ቤት

....

de Hunnenhütt

የአትክልት ቦታ

....

de Goornslauch

ውሃ ማጠጫ ባልዲ

....

de Geetkann

ረጅም ማጭድ

....

de Lee

ማረሻ

....

de Ploog

ማጭድ
de Sich

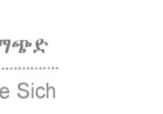

መኮትኮቻ
de Hack

የእህል መንሽ
de Mestfork

መጥረቢያ
de Ext

ኩርኩር/ የእጅ ጋሪ
de Schuufkoor

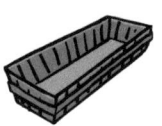

ገንዳ
de Trog

የወተት ዕቃ
de Melkkann

ጆንያ ከረጢት
de Sack

አጥር
de Tuun

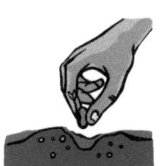

የፈረስ ጋጣ
de Stall

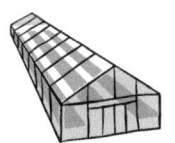

ዕፅዋት ማሳደጊያ የመስታዉት ቤት
dat Drievhuus

አፈር
de Bodden

ዘር
de Saat

የመሬት ማዳበሪያ
de Dünger

ጥምር ማረሻ
de Meihdöscher

አዝመራ መሰብሰብ

oornen

አዝመራ

de Oorn

ድንች

de Yamswöttel

ስንዴ

de Weten

ሶያ

dat Soja

ድንች

de Kantüffel

በቆሎ

de Törksche Weten

የከብት መኖ

de Rapp

የፍሬ ዛፍ

de Aaftboom

የካሳቫ ዛፍ

de Troopsch Kantüffel

እህል

dat Koorn

ቤት

dat Huus

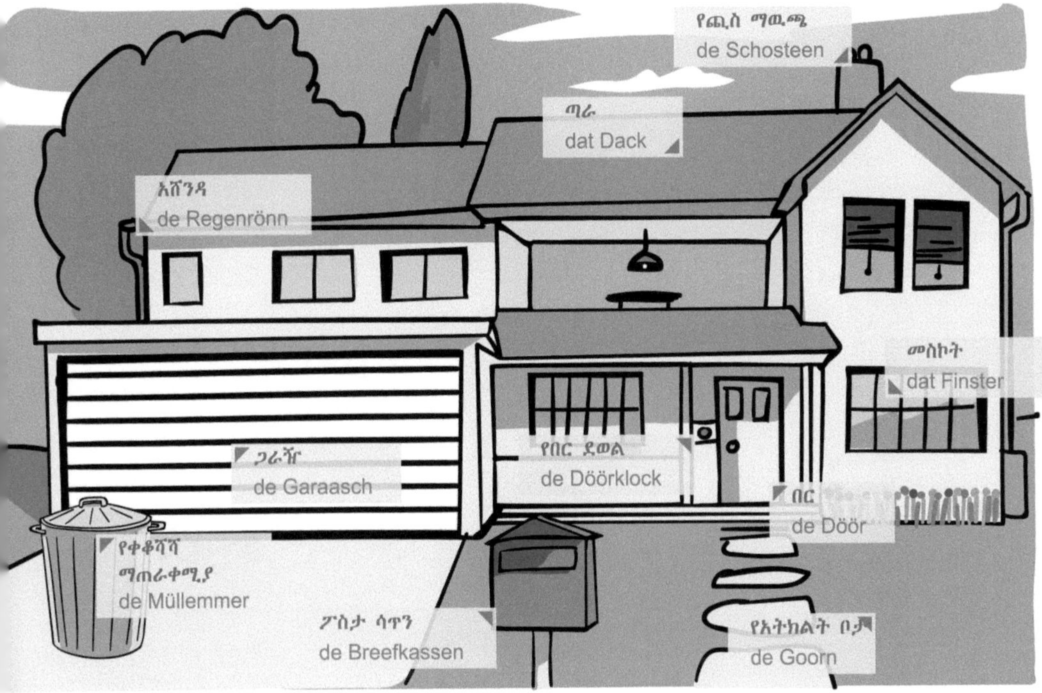

የጪስ ማዉጫ
de Schosteen
ጣራ
dat Dack
አሸንዳ
de Regenrönn
መስኮት
dat Finster
ጋራዥ
de Garaasch
የበር ደወል
de Döörklock
በር
de Döör
የቆሻሻ ማጠራቀሚያ
de Müllemmer
ፖስታ ሳጥን
de Breefkassen
የአትክልት ቦታ
de Goorn

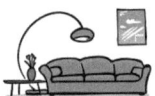

ሳሎን

de Wahnstuuv

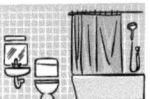

መታጠቢያ ቤት

de Baadstuuv

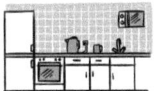

ማድቤት

de Köök

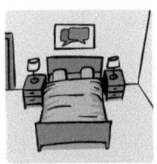

መኝታ ቤት

de Slaapstuuv

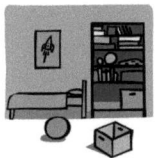

የልጅ ክፍል

de Kinnerstuuv

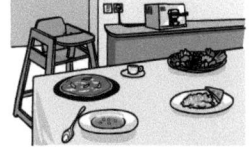

መመገቢያ ክፍል

de Eetstuuv

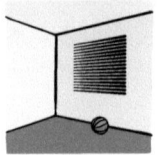

ወለል
de Footbodden

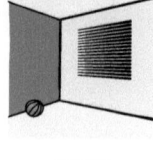

ግድግዳ
de Wand

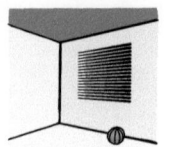

ሪያ
de Deek

ምድር ቤት
de Keller

እንፋሎት ሙቀት መታጠቢያ
ቤት
dat Hittluftbad

ሰገነት
de Balkon

ከፍ ያለ መደብ
de Terrass

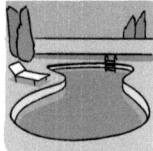

የመዋኛ ገንዳ
dat Swümmbad

የማጨጃ መኪና
de Rasenmeiher

አንሶላ
de Bettbetog

የአልጋ ልብስ
de Bettdeek

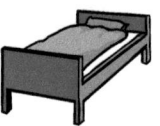

አልጋ
de Puuch

መጥረጊያ
de Bessen

ባልዲ
de Emmer

ማብሪያና ማጥፊያ
de Schalter

ሳሎን

de Wahnstuuv

የግድግዳ ወረቀት
de Tapeet
ፎቶ
dat Bild
መብራት
de Lamp
መደርደሪያ
dat Regal
ቁም ሳጥን፣ ካቢኔ
dat Schapp
de Kiekkassen
የእሳት መሞቂያ
de Kamin
አበባ
de Bloom
ትራስ
dat Küssen
ሶፋ
dat Sofa
የአበባ ማስቀመጫ
de Vaas
ሪሞት ኮንትሮል
de Feernbedenen

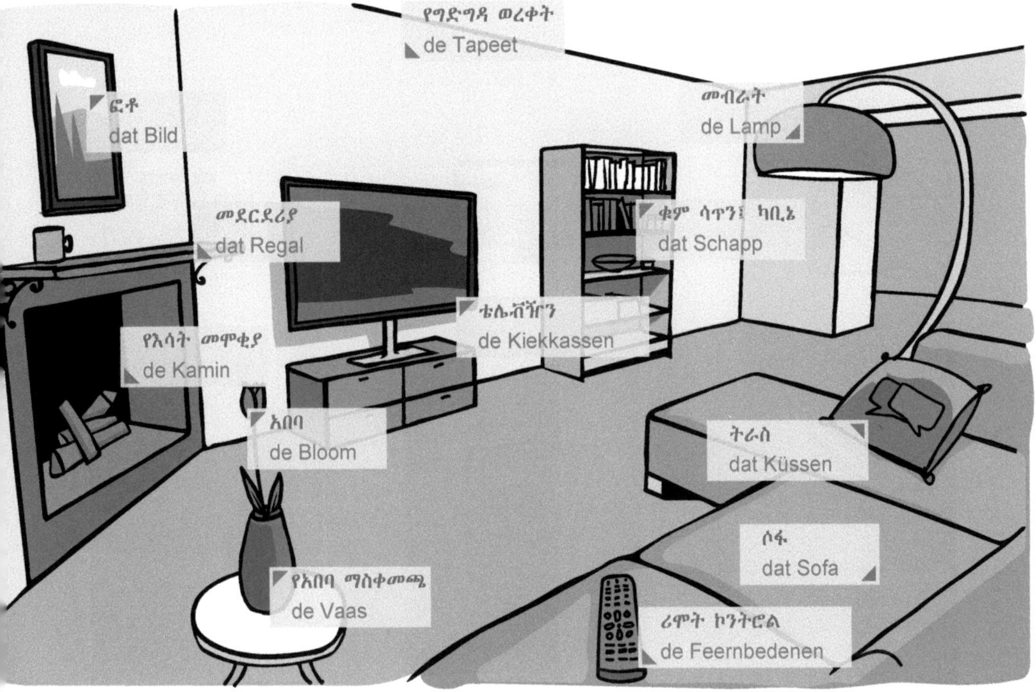

ንጣፍ

de Teppich

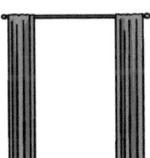

መጋረጃ

de Vörhang

ጠረጴዛ

de Disch

ወንበር

de Stohl

ተወዛዋዥ ወንበር

de Schuckelstohl

ባለመደገፊያ ወንበር

de Sessel

መጽሐፍ

dat Book

ብርድ ልብስ

de Deek

ጌጥ

de Dekoratschoon

ማገዶ

dat Füerholt

ፊልም

de Film

የሙዚቃ መማጫወቻ

de Stereoanlaag

ቁልፍ

de Slötel

ጋዜጣ

dat Narichtenblatt

ስዕል

dat Gemälde

የተለጠፈ ማስታወቂያ እንደ ስዕል

dat Poster

ራዲዮ

dat Radio

ማስታወሻ ደብተር

de Opschrievblock

የአየር ማፅጃ ለምንጣፍ

de Huulbessen

ቁልቋል

de Kaktus

ሻማ

de Kars

ማድቤት
de Köök

ማቀዝቀዣ
dat Köhlschapp
ማይክሮዌቭ ምግብ ማብሰያ
de Mikrowell
የኩሽና መመዘኛ ሚዛን
de Kökenwaag
ዳቦ መጥበሻ
de Toaster
ንፁህ ማድረጊያ
dat Reinmaakmiddel
ምድጃ
de Backaven
ማቀዝቀዣ
dat Gefreerfack
የቆሻሻ ማጠራቀሚያ
de Müllemmer
እቃ ማጠቢያ
de Opwaschmaschien

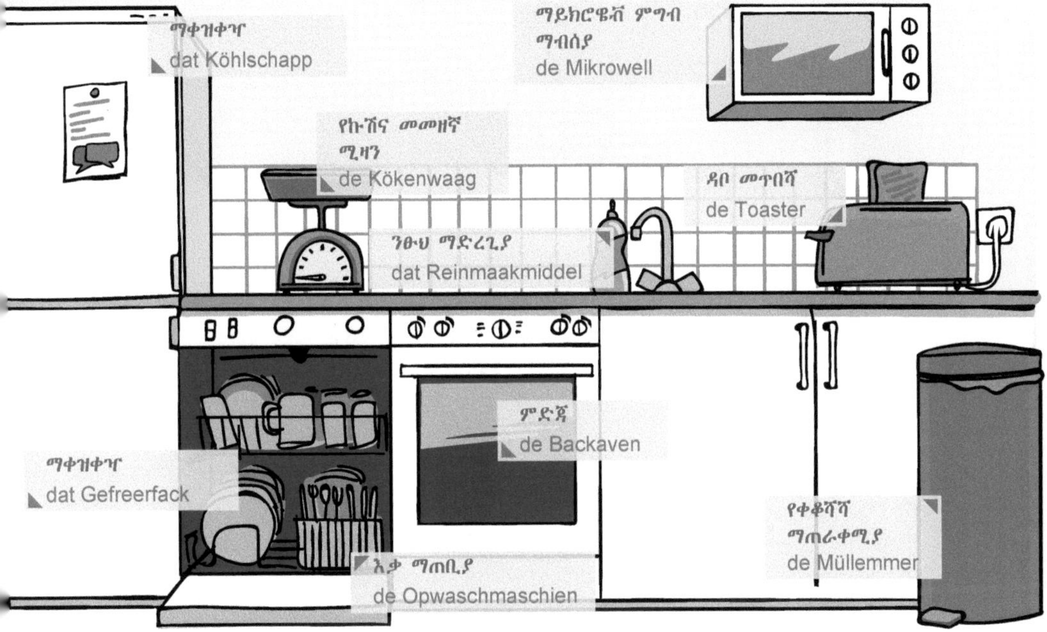

ምግብ አብሳይ

de Heerd

ማሰሮ

de Pott

የብረት ማሰሮ

de Gussiesern Putt

ምግብ ማብሰያ ዝርግ ድስት

de Wok / Kadai

የምግብ መጥበሻ

de Pann

ማንቆርቆሪያ

de Waterkaker

የእንፋሎት ማብሰያ

de Dampkaakputt

የመጋገሪያ ትሪ

dat Backblick

ሰብሰቦች

dat Geschirr

ትልቅ ኩባያ

de Beker

ጎድጓዳ ሳህን

de Schaal

ቾፕስቲክስ

de Eetsticken

ጭልፋ

de Suppenkell

መሰቅሰቂያ ዝርግ ማንኪያ

de Pannenwenner

ማደባለቂያ

de Sneebessen

መወጠሪያ

dat Kaakseef

ወንፊት

dat Seef

መፈርፈሪያ መሳሪያ

de Riev

ሲሚንቶ

de Mörser

የፍም ጥብስ

de Grill

የተለቀቀ እሳት

de Füerstell

መክተፊያ

dat Sniedbrett

ተንሸራታች መርፌ

dat Nudelholt

የጠርሙስ መክፈቻ

de Proppentrecker

ጣሳ

de Doos

የጣሳ መክፈቻ

de Dosenaapner

የማሰሮ መሸፈኛ

de Pottlappen

ሳህን ማጠቢያ

dat Waschbecken

ብሩሽ

de Böst

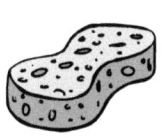

ስፖንጅ

de Swamm

መደባለቂያ መሳሪያ

de Mixer

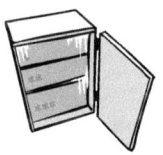

በጣም ማቀዝቀዣ

dat Iesschapp

ጡጦ

de Nuckelbuddel

ቧንቧ

de Waterhahn

መታጠቢያ ቤት

de Baadstuuv

de Heizung
ታጠቢያ
de Bruus
ፎጣ
dat Handdook
የ ታጠቢያ ቤት ጋረጃ
de Bruusvörhang
የአረፋ ታጠቢያ
dat Schuumbad
የ ታጠቢያ ንዳ
de Baadwann
ብርጭቆ
dat Glas
የልብስ ማጠቢያ
de Waschmaschien
ማዕዘን ወለል
de Fliesen
ቧንቧ
de Waterhahn
de lütte Putt
ሳህን ማጠቢያ
dat Waschbecken

ሽንት ቤት

de Tante Meier

የሽንት ቤት ቀ ጫ

de Hockklo

ሳፋ

dat Bidet

የ ን ድ ዳር ሽኛ

dat Miegbecken

የሽንት ቤት ወረቀት

dat Klopapeer

የሽንት ቤት ማፅጃ ብሩሽ

de Kloböst

የጥርስ ብሩሽ

de Tähnböst

የጥርስ ሳሙና

de Tähnpast

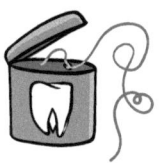

የጥርስ ማፅጃ ክር

de Tähnsied

መታጠብ

waschen

የእጅ መታጠቢያ

de Handbruus

መታጠቢያ

de Intimbruus

ጎድጓዳ ሳህን

de Waschschöttel

የጀርባ ብሩሽ

de Rüchböst

ሳሙና

de Seep

የመታጠቢያ የሚዝለገለግ ሳሙና

dat Bruusgeel

የፀጉር መታጠቢያ ሳሙና

dat Hoorwaschmiddel

ለስላሳ ጨርቅ

de Waschlappen

ፍሳሽ

de Afloop

ክሬም

de Creme

ጠረን መቀየሪያ ንጥረ ነገር

dat Deodorant

መስታወት
de Spegel

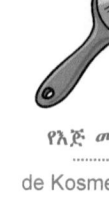

የእጅ መስታወት
de Kosmetikspegel

ምላጭ
de Raserer

የመላጫ አረፋ
de Raseerschuum

ከመላጨት በኋላ የሚቀባ ሽቱ
dat Raseerwater

ማበጠሪያ
de Kamm

ብሩሽ
de Böst

የፀጉር ማድረቂያ
de Hoordröger

በፀጉር ላይ የሚነፋ
dat Hoorspray

የ ት መቀባቢያ
de Smink

የከ ፈር ቀለም
de Lippensticken

የጥፍር ቀለም
de Nagellack

የጥጥ ሱፍ
de Watt

ጥፍር መ ረጫ
de Nagelscheer

ሽቶ
dat Rüükwater

ማጠቢያ ባልዲ

....

de Kulturbüdel

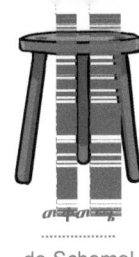

መቀመጫ

....

de Schemel

ሚዛን

....

de Waag

የመታጠቢያ ልብስ

....

de Baadmantel

የላስቲክ ጓንት

....

de Gummihanschen

ሞዴስ

....

de Tampon

የፅዳት ፎጣ

....

de Damenbinn

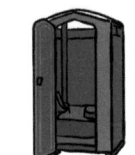

የሽንት ቤት ኬሚካል

....

dat Chemieklo

የልጅ ክፍል

de Kinnerstuuv

de Wecker
የህፃን አሻንጉሊት
dat Knudeldeert
የመጫወቻ መኪና
dat Speeltüüchauto
ማንገጫገጫ
መጫወቻ
de Klöter
የአሻንጉሊት ቤት
dat Poppenhuus
ስጦታ
dat Geschenk

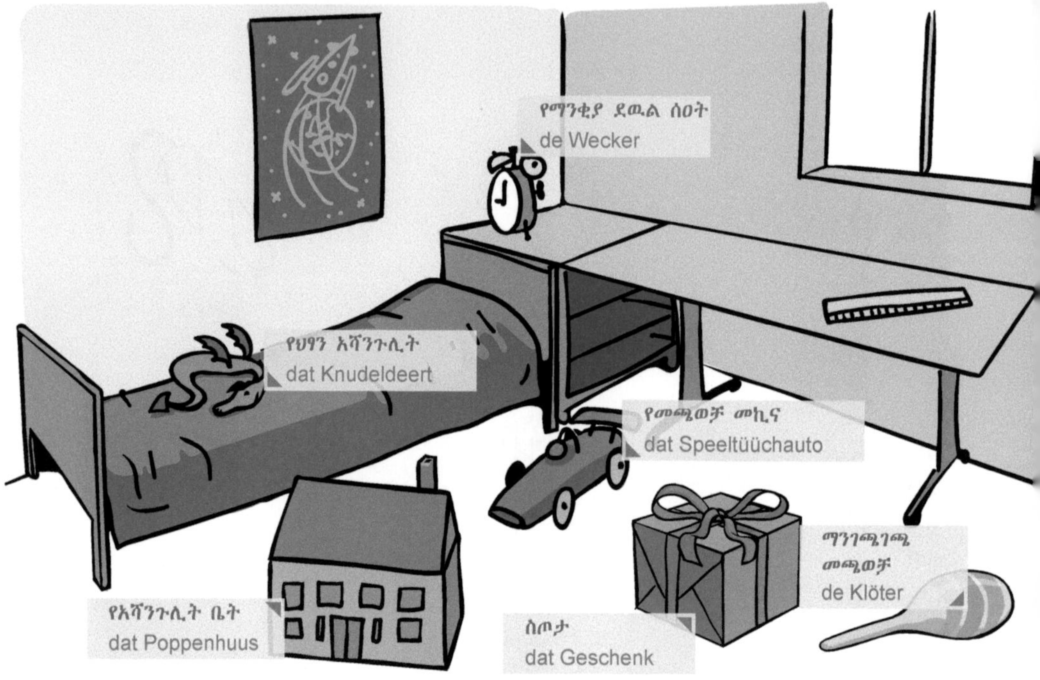

ፊኛ

de Luftballon

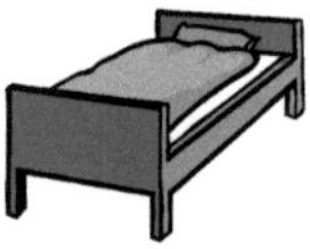

አልጋ

de Puuch

የህፃን ማንሸራሸሪያ ጋሪ

de Kinnerwagen

የካርታ መጫወቻ

dat Koortenspeel

ቁርጥራጭ ምስሎችን የማገጣጠም
እና ምስል የማግኘት ጨዋታ

dat Puzzle

አዝናኝ

de Billergeschicht

ተገጣጣሚ መጫወቻ

....

de Legostenen

የመጫወቻ መገጣጠሚያዎች

....

de Bustenen

የድርጊት ምስል

....

de Action-Figur

የህፃን እድገት

....

de Strampelantog

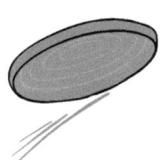

የፕላስቲክ መጫወቻ ዝርግ ሰሀን

....

de Frisbeeschiev

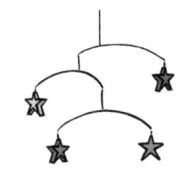

ተወዛዋዥ የህፃን ማጫወቻ

....

dat Mobile

የሰሌዳ ጨዋታ

....

dat Brettspeel

የመጫወቻ ጠጠር

....

de Wörpel

የመጫወቻ ባቡር

....

de Modelliesenbahn

የእንጀራ እናት ጡጦ

....

de Snuller

ድግስ

....

de Party

የስዕል መፅሀፍ

....

dat Billerbook

ኳስ

....

de Ball

አሻንጉሊት

....

de Popp

መጫወት

....

spelen

የአሸዋ መጫወቻ

de Sandkassen

�215ዊ

de Schuckel

መጫወቻዎች

dat Speeltüüch

የቪዲዮ መጫወቻ

de Speelkonsool

ባለ ሶስት ጎማ ብስክሌት

dat Dreerad

የአሻንጉሊት ድብ

de Teddyboor

ቁምሳጥን

dat Klederschapp

አልባሳት

dat Tüüch

ካልሲዎች

de Socken

ስቶኪንጎች

de Strümp

ታይት

de Strumpbüx

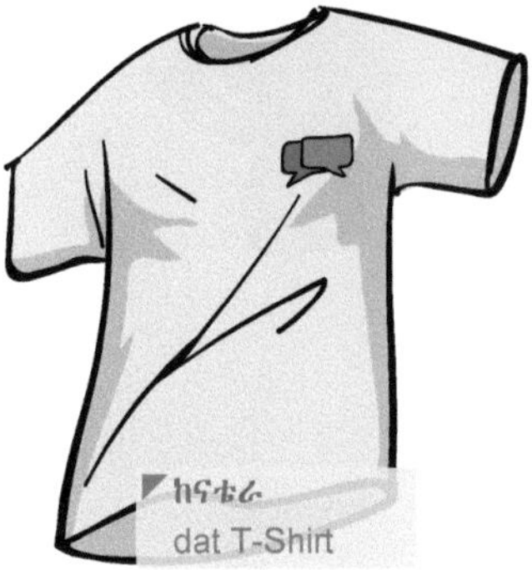

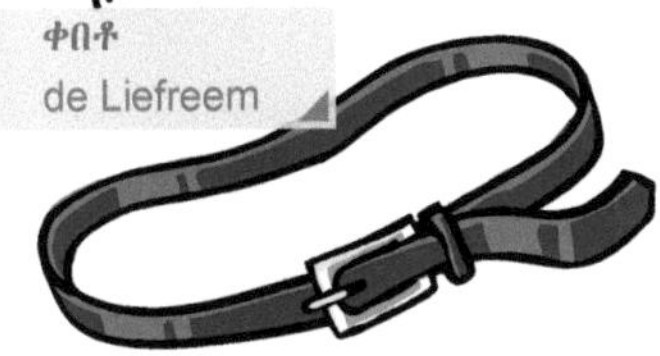

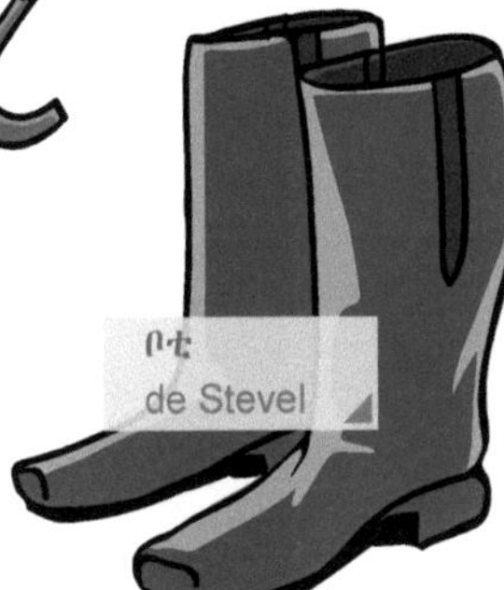

የአንገት ልብስ
dat Halsdook

ግንጥላ
de Paraplü

ክናቴራ
dat T-Shirt

ቀበቶ
de Liefreem

ቡቲ
de Stevel

የቤት ዉስጥ ነጠላ ጫማ
de Puuschen

ስኒከሮች
de Turnschoh

ነጠላ ጫማዎች
de Sandalen
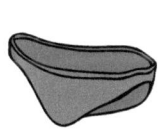

ጫማዎች
de Schoh

የጎንናብ ቡትስ
de Gummistevel

ሙታንታ
de Ünnerbüx

ጡት መያዣ
de Bostholler

ሰደርያ
dat Ünnerhemd

አልባሳት - dat Tüüch

45

ሰዉነት
de Lief

ሱሪዎች
de Büx

ጅንስ
de Jeansnüx

ጉርድ ቀሚስ
de Rock

ሸሚዝ
de Bluus

ሸሚዝ
dat Hemd

የሚጠለቅ ሹራብ
de Pullover

ሹራብ
de Kapuzenpullover

ዩኒፎርም ጃኬት
de Blazer

ጃኬት
de Jack

ኮት
de Mantel

የዝናብ ኮት
de Övertrecker

ልብስ
dat Kostüm

ቀሚስ
dat Kleed

የሙሽራ ቀሚስ
dat Hochtietskleed

ሱፍ
....
de Antog

የለሊት ልብስ
....
dat Nachtkleed

የለሊት ልብስ
....
de Slaapantog

ረጅም ቀሚስ
....
de Sari

ሂጃብ
....
dat Koppdook

ጥምጣም
....
de Turban

ቡርቃ
....
de Burka

ሽርጥ
....
de Kaftan

አባያ
....
de Abaya

የዋና ልብስ
....
de Baadantog

አጭር ቁምጣ
....
de Baadbüx

ቁምጣዎች
....
de Korte Büx

የስራ ቱታ
....
de Antog to'n Öven

ሽርጥ
....
de Schört

ጓንት
....
de Handschoh

ቁልፍ

de Knopp

መነፅር

de Brill

አምባር

dat Armband

የአንገት ሀብል

de Halskeed

ቀለበት

de Ring

የጆሮ ጌጥ

de Ohrbummel

ኮፍያ

de Mütz

የኮት መስቀያ

de Klederbögel

ኮፍያ

de Hoot

ከረቫት

de Binner

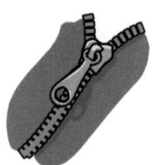

ዚፕ

de Rietslüter

የብረት ቆብ

de Helm

መደገፊያ

dat Drachtband

የትምህርት ቤት የደንብ ልብስ

de Schooluniform

የደንብ ልብስ

de Uniform

መሃረብ

de Severböten

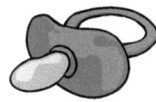

የእንጀራ እናት ጡጦ

de Snuller

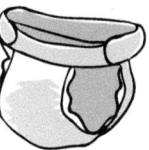

ሽንት ጨርቅ

de Winnel

ቢሮ

dat Büro

ማሰራጫ ጣቢያ
de Server
የፋይል መደርደሪያ ካቢኔ
dat Aktenschapp
የህትመት መሳሪያ
de Drucker
ወረቀት
dat Papeer
መቆጣጠሪያ
de Bildschirm
ማዉዝ
de Muus
መፃፊያ ጠረጴዛ
de Schrievdisch
ማህደር
de Orner
የመፃፊ ቁልፎች
dat Knoopboord
የቆሻሻ ወረቀት መጣያ ቅርጫት
de Papeerkorf
ኮምፒዉተር
de Computer
ወንበር
de Stohl

የቡና መጠጫ ትልቅ ኩባያ

de Koffiebeker

ማስልያ ማሽን

de Taschenreekner

ኢንተርኔት

dat Internet

ላፕቶፕ

de Klappreekner

ደብዳቤ

de Breef

መልዕክት

de Naricht

ተንቀሳቃሽ ስልክ

de Ackersnacker

የግንኙነት አዉታር

dat Nettwark

ማባዣ ማሽን

de Kopeerapparat

ሶፍትዌር

de Software

ስልክ

de Klöönkassen

የግድግዳ ሶኬት

de Steekdoos

የፋክስ ማሽን

de Faxapparat

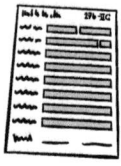

ቅፅ

dat Formulor

ሰነድ

dat Dokument

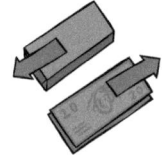

መግዛት

köpen

መክፈል

betahlen

መነገድ

hanneln

ገንዘብ

dat Geld

USD

ዶላር

de Dollar

EUR

ዩሮ

de Euro

JPY

የን

de Yen

RUB

ሩብል

de Ruvel

CHF

የስዊዝ ፍራንክ

de Swiezer Franken

CNY

ሬንሚንቢ ዩዋን

de Renminbi Yuan

INR

ሩ

de Rupie

የገንዘብ ነጥብ

de Geldautomat

የዉጭ ገንዘብ ምንዛሪ ቢሮ

de Wesselstuuv

ወርቅ

dat Gold

ብር

dat Sülver

ዘይት

dat Ööl

ሀይል፤ ጉልበት

de Energie

ዋጋ

de Pries

ግንኙነት

de Verdrag

ቀረጥ

de Stüer

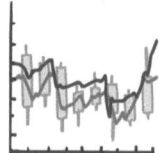

አክስዮን

de Andeelschien

መስራት

arbeiden

ተቀጣሪ

de Anstellte

ቀጣሪ

de Arbeitgever

ፋብሪካ

de Fabrik

ሱቅ

de Hökerie

የስራ ሙያዎች

de Profeschonen

de Wachtmeester
የእሳት አደጋ ሰራተኛ
de Füerwehrmann
ምግብ አብሳይ
de Kock
ዶክተር
de Dokter
አብራሪ
de Fleger

አትክልተኛ

de Goorner

አናጢ

de Discher

ልብስ ሰፊ ሴት

de Neihersche

ዳኛ

de Richter

ቀማሚ

de Chemiker

ተዋናይ

de Schauspeler

የአዉቶቢስ ሹፌር

....

de Busfohrer

የታክሲ ሹፌር

....

de Taxifohrer

አሳ አጥማጅ

....

de Fischer

ፅዳት ሰራተኛ

....

de Reinmaakfru

የጣራ ሰራተኛ

....

de Dackdecker

አስተናጋጅ

....

de Kellner

አዳኝ

....

de Jäger

ሰዓሊ

....

de Maler

ጋጋሪ

....

de Bäcker

የኤሌትሪክ ሰራተኛ

....

de Elektriker

ገምቢ

....

de Buarbeider

መሃሃዲስ

....

de Ingenieur

ልኳንዳ

....

de Slachter

የቧንቧ ሰራተኛ

....

de Klempner

የፖስታ ሰራተኛ

....

de Postbüdel

ወታደር
....
de Suldat

መሃንዲስ
....
de Architekt

የሒሳብ ሰራተኛ
....
de Kasserer

አበባ ሻጭ
....
de Florist

የፀጉር ሰራተኛ
....
de Putzbüdel

ቲኬት ቆራጭ
....
de Schaffner

መካኒክ
....
de Mechaniker

ካፒቴን
....
de Kaptein

የጥርስ ሐኪም
....
de Tähndokter

ተመራማሪ
....
de Wetenschopler

መምህር
....
de Rabbi

የሙስሊም ሃይማኖታዊ መሪ
....
de Imam

መነኩሴ
....
de Mönk

ካህን
....
de Paap

መሳሪያዎች

dat Warktüüch

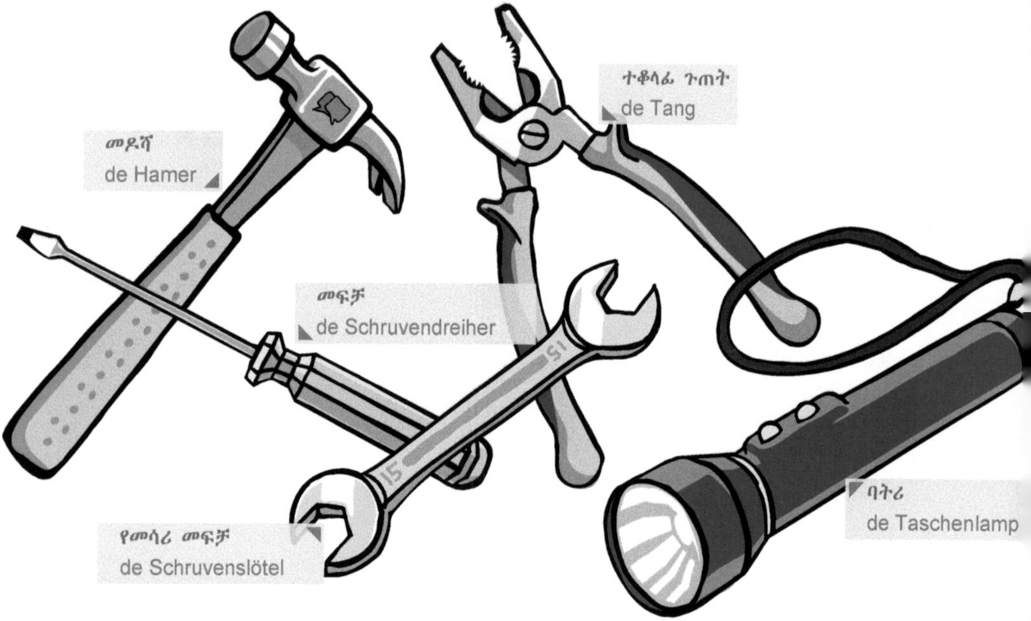

መዶሻ
de Hamer
ተቆላፊ ጉጠት
de Tang
መፍቻ
de Schruvendreiher
የመሳሪ መፍቻ
de Schruvenslötel
ባትሪ
de Taschenlamp

በቁፋሮ የሚዝቅ

....

de Grieper

የመፍቻ ሳጥን

....

de Warktüüchkassen

መሰላል

....

de Ledder

መጋዝ

....

de Saag

ምስማር

....

de Nagels

መሰርሰሪያ

....

de Bohrer

መጠገን

heelmaken

አካፋ

de Schüffel

የተረገመ!

Schiet!

ቆሻሻ ማፈሻ

dat Kehrblick

የቀለም ቆርቆሮ

de Farvpott

ብሎን

de Schruven

የሙዚቃ መሳሪያዎች

de Musikinstrumenten

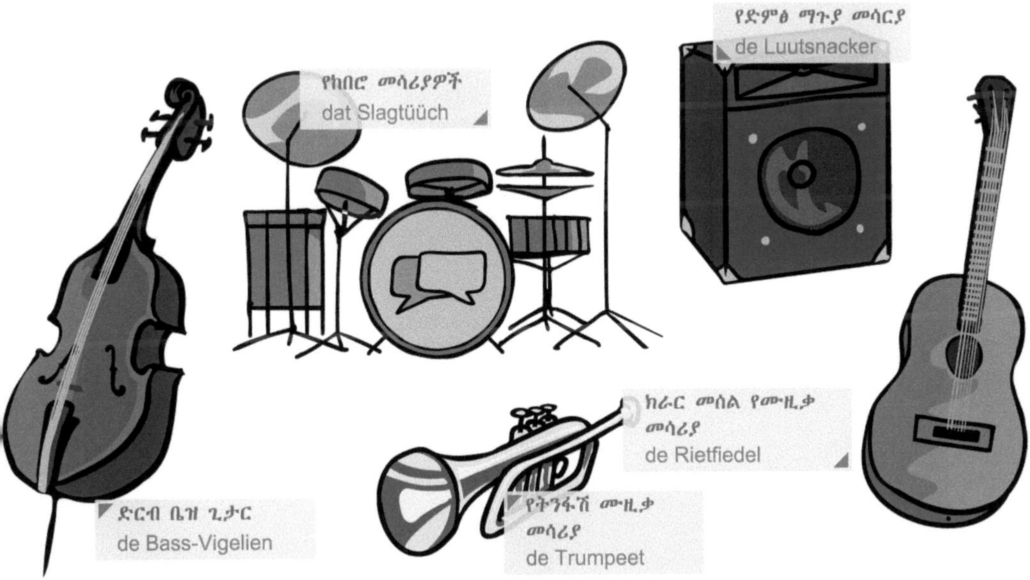

የድምፅ ማጉያ መሳርያ
de Luutsnacker
የከበሮ መሳሪያዎች
dat Slagtüüch
ክራር መሰል የሙዚቃ መሳሪያ
de Rietfiedel
ድርብ ቤዝ ጊታር
de Bass-Vigelien
የትንፋሽ ሙዚቃ መሳሪያ
de Trumpeet

ፒያኖ

dat Klaveer

ቫዮሊን

de Vigelien

ወፍራም፣ ጎርናና ድምፅ ያለዉ
ክራር መሰል ሙዚቃ መሳሪያ

de Bass

ነጋሪት

de Pauk

ከበሮ

de Trummeln

በኤሌክትሪክ የሚሰራ ፒኖ

dat Keyboard

የትንፋሽ ሙዚቃ መሳሪያ

dat Saxophon

ዋሽንት

de Fleut

የድምፅ ማጉያ

dat Mikrofoon

የደር እንስሳት ማቆያ
de Deertenpark

de Tiger
መግቢያ
de Ingang
ሳጥን
de Käfig
የሜዳ አህያ
dat Zebra
የእንስሳ ምግብ
dat Deertenfoder
ትልቅ ድብ
de Panda-Boor

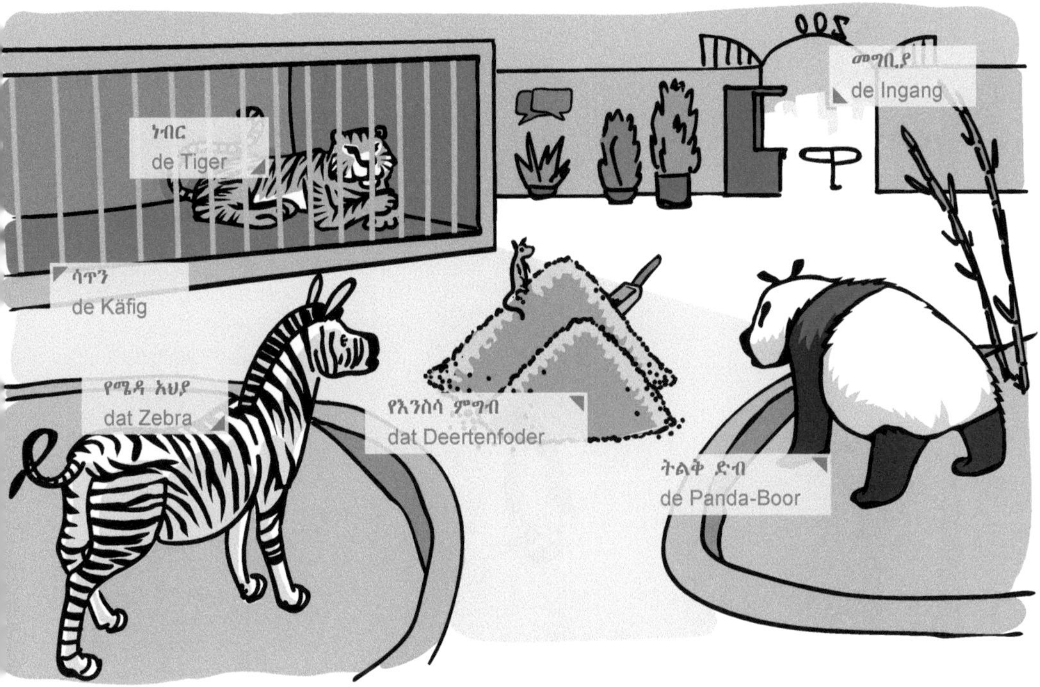

እንስሳቶች

de Deerten

ዝሆን

de Elefant

ካንጋሮ

dat Känguru

አዉራሪስ

dat Neeshoorn

ትልቅ ዝንጀሮ

de Gorilla

ድብ

de Boor

ግመል

dat Kameel

ሰጎን

de Struuß

አንበሳ

de Lööv

ጦጣ

de Aap

ቅልጥመ ረዥም ወፍ

de Flamingo

በቀቀን

de Papagoi

የወዋልታ ድብ

de Iesboor

የዋልታ ወፎች

de Pinguin

ረጅም ጥርሶች ያሉትአሳ ነባሪ

de Haifisch

ጣዎስ

de Pageluun

እባብ

de Slang

አዞ

dat Krokodil

የዱር አራዊት የሚጠበቁበት ማቆያን የሚጠብቅ

de Oppasser in'n Deertenpark

አሳ በሊታ የባህር እንስሳ

de Saalhund

የዱር ድመት

de Jaguor

ድንክ ፈረስ

dat Pony

ነብር

de Leopard

ጉማሬ

dat Nilpeerd

ቀጭኔ

de Giraff

ንስር

de Aadler

ከርከሮ

dat Wildswien

አሳ

de Fisch

የባህር ኤሊ

de Schildkrööt

የባህር አዉሬ

dat Walross

ቀበሮ

de Voss

የሜዳ ፍየል፤ ሚዳቋ

de Gazell

የስፖርት አይነቶች

de Sport

de Amerikaansch Football
የብስክሌት ስፖርት
dat Radfohren
ቴኒስ
dat Tennis
የቅርጫት ኳስ
de Korfball
ዋና
dat Swümmen
የቡጢ ስፖርት
dat Boxen
የበረዶ ላይ የገና ጨዋታ
dat Ieshockey

እግር ኳስ

de Football

የላበ ኳስ ጨዋታ

dat Fedderball

አትሌቲክስ

de Leichtathletik

የእጅ ኳስ ስፖርት

de Handball

የበረዶ መንሸራተት ስፖርት

dat Skilopen

ፈረስ ግልቢያ

dat Polo

እንቅስቃሴዎች

de Aktivitäten

መሳቅ
lachen
መዝለል
springen
ማቀፍ
ümarmen
gahn
መዘመር
singen
ህልም ማለም
drömen
መፀለይ
beden
መሳም
snuteln

መፃፍ
schrieven

መሳል
teken

ማሳየት
wiesen

መግፋት
drücken

መስጠት
geven

መዉሰድ
nehmen

መያዝ

hebben

ማድረግ

doon

መሆን

sien

መቆም

stahn

መሮጥ

lopen

መሳብ

trecken

መወርወር

smieten

መዉደቅ

fallen

መዋሸት

liggen

መጠበቅ

töven

መሸከም

dregen

መቀመጥ

sitten

መልበስ

antrecken

መተኛት

slapen

መንቃት

opwaken

መመልከት

ankieken

ማለልቀስ

wenen

መጫር

eien

ማበጠር

kämmen

ማዉራት

snacken

መረዳት

verstahn

ጥያቄ

fragen

ማዳመጥ

hören

መጠጣት

drinken

መብላት

eten

ማንፃት

oprümen

ማፍቀር

leefhebben

ምግብ ማብሰል

kaken

መንዳት

fohren

መብረር

flegen

መርከብ መንዳት
segeln

ቁጥሮችን ማስላት
reken

ማንበብ
lesen

መማር
lehren

መስራት
arbeiden

ማግባት
de Plünnen tohoopsmieten

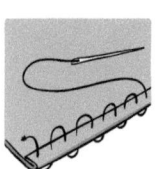

መስፋት
neihen

ጥርስ መቦረሽ
Tähnen putzen

መግደል
dootmaken

ማጨስ
smöken

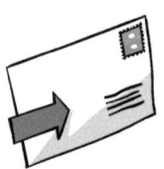

መላክ
schicken

ቤተሰብ
de Familje

de Grootmoder
የወንድ አያት
de Grootvadder
አባት
de Vadder
እናት
de Moder
Winnelkind
ሴት ልጅ
de Dochter
ወንድ ልጅ
de Söhn

እንግዳ
....
de Gast

አክስት
....
de Tant

አጎት
....
de Unkel

ወንድም
....
de Broder

እህት
....
de Süster

አካል

de Lief

de Vörkopp
አይን
dat Oog
ትከሻ
de Schuller
ጣት
de Finger
ፊት
dat Gesicht
አገጭ
dat Kinn
እጅ
de Hand
ጡት
de Bost
እግር
dat Been
ክንድ
de Arm

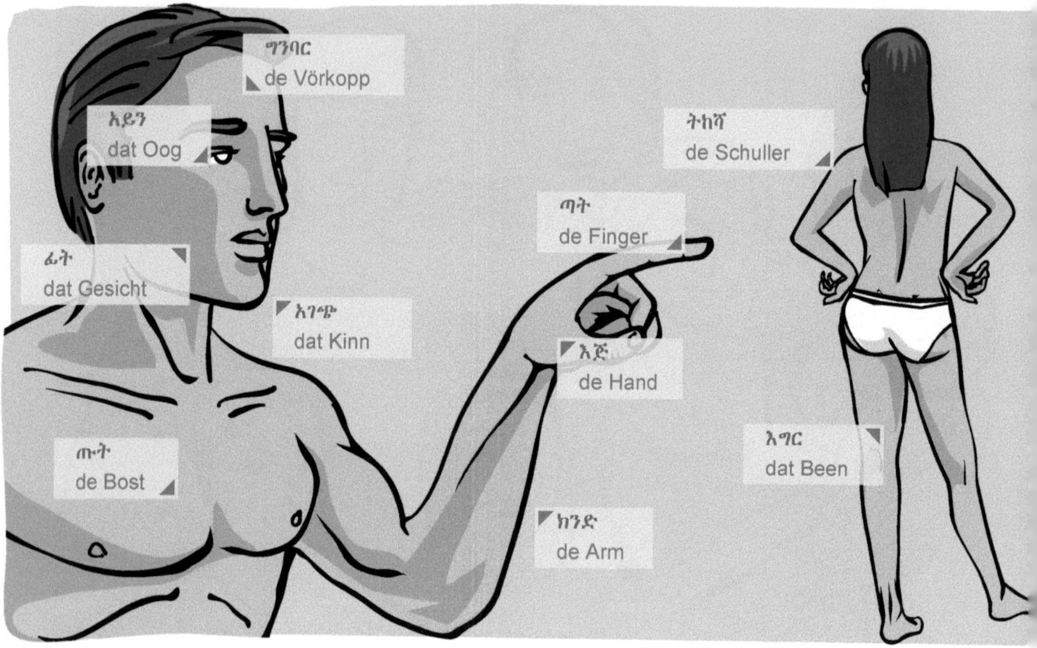

ህፃን

dat Winnelkind

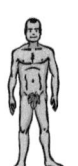

ሰዉ

de Mann

ሴት

de Fro

ልጃገረድ

de Deern

ወንድ ልጅ

de Jung

ራስ

de Arm

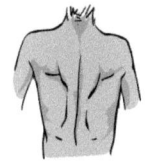

ጀርባ

de Rüch

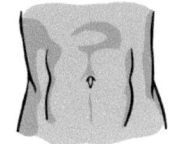

ሆድ

de Buuk

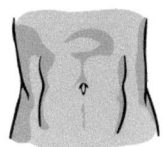

እምብርት

de Navel

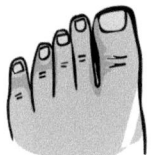

የእግር ጣት

de Teh

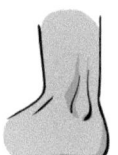

ተረከዝ

de Hack

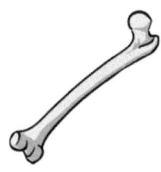

አጥንት

de Knaken

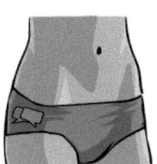

ዳሌ

de Hüft

ጉልበት

dat Knee

ክርን

de Ellbagen

አፍንጫ

de Nees

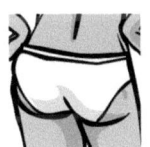

ቂጥ

de Achtersen

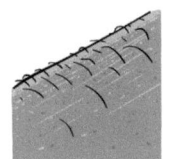

ቆዳ

de Huut

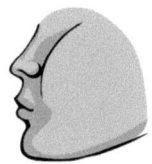

ጉንጭ

de Back

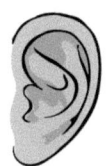

ጆሮ

dat Ohr

ከንፈር

de Lipp

አፍ

de Mund

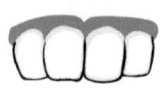

ጥርስ

de Tähn

ምላስ

de Tung

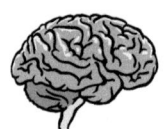

አንጎል

de Bregen

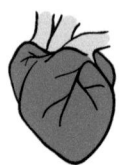

ልብ

dat Hart

ጡንቻ

de Muskel

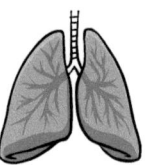

ሳምባ

de Lung

ጉበት

de Lever

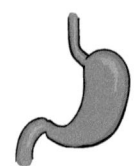

ሆድ

de Maag

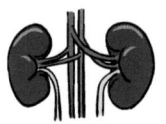

ኩላሊቶች

de Neren

የግብረስጋ ግንኙነት

de Bislaap

ኮንዶም

dat Kondoom

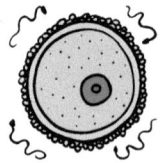

የሴት እንቁላል

de Eizell

የዘር ፈሳሽ

dat Sperma

እርግዝና

de Anner Ümstänn

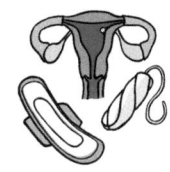

የወር አበባ
....
de Menstruatschoon

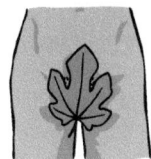

እምስ
....
de Scheed

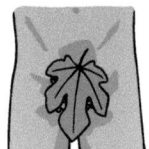

ቁላ
....
de Pint

ቅንድብ
....
de Ogenbroe

ፀጉር
....
dat Hoor

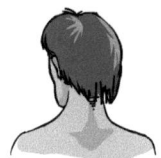

አንገት
....
de Hals

ሆስፒታል

dat Krankenhuus

ምቡላንስ
de Krankenwagen
ተሽከርካሪ ወንበር
de Rullstohl
ስብራት
de Bruch

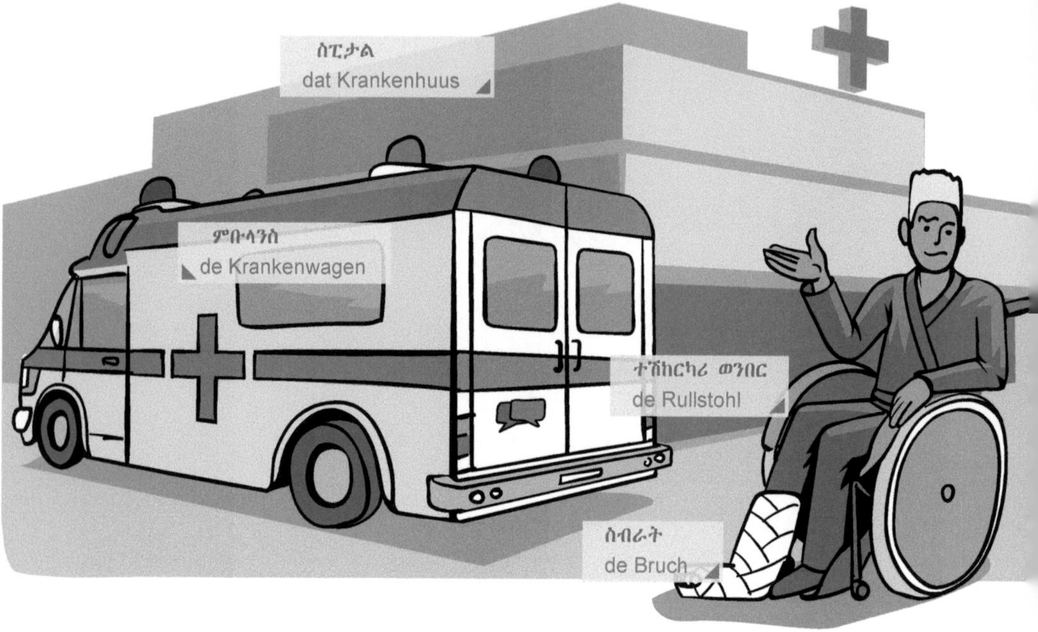

ዶክተር

de Dokter

ድንገተኛ ክፍል

de Nootopnahm

ርስ

de Krankensüster

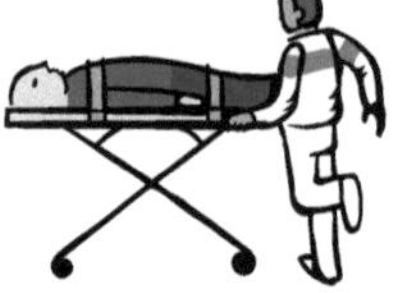

ድንገተኛ

de Nootfall

ራስን ሳት/ ለማወቅ

ahnmächtig

ህ ም

de Wehdaag

ጉዳት
de Verwunnen

መድማት
de Blöden

የልብ ድካም
de Hartinfarkt

ስትሮክ
de Slaganfall

አለርጂ
de Allergie

ሳል
de Hoosten

ትኩሳት
dat Fever

ኢንፍሉዌንዛ
de Gripp

ተቅማጥ
de Dörchfall

የራስ ምታት
de Koppwehdaag

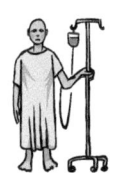

ካንሰር
de Kreeft

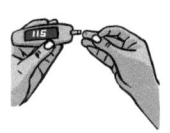

የስኳር በሽታ
de Zuckersüük

ቀዶ ጠጋኝ ሐኪም
de Chirurg

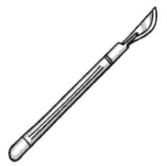

የቀዶ ጥገና ስለት
dat Chirurgsch Mess

ቀዶ ጥገና
de Operatschoon

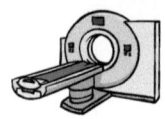

ሲቲ

dat CT

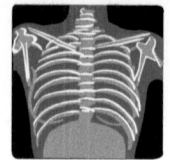

ኤክስሬዮ

de Dörchlüchten

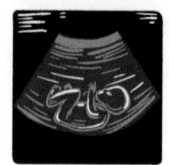

አልትራሳዉንድ

de Ultraschall

የፊት ጭምብል

de Mask

በሽታ

de Krankheit

መጠበቂያ ክፍል

de Töövruum

ምርኩዝ

de Krück

የቁስል ማሸጊያ

dat Plaaster

ፋሻ

de Verband

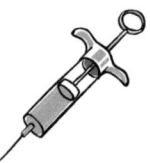

መርፌ

de Insprütten

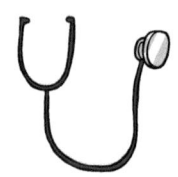

የልብ ምት ማዳመጫ መሳሪያ

dat Stethoskop

የበሽተኛ አልጋ

de Draag

የህክምና ሙቀት መለኪያ መሳሪያ

dat Feverthermometer

መውለድ

de Geboort

ከልክ ያለፈ ክብደት

dat Övergewicht

ለመስማት የሚረዳ መሳሪያ

de Höörapparat

ፀረ ተባይ መድሀኒት

dat Kiemfriemiddel

ማመ ቀዝ

de Ansteken

ቫይረስ

de Virus

ኤች አይቪ ኤድስ

dat HIV / AIDS

ህክምና

dat Heelmiddel

ክትባት

de Impen

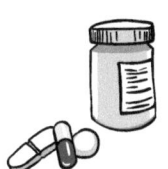

ኪኒን

de Tabletten

ኪኒን

de Pill

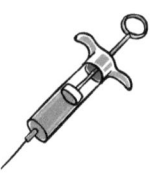

አስቸኳይ የስልክ ጥሪ

de Nootroop

ደም ግፊት መቆጣጠሪያ

de Blootdruck-Meter

ህመም/ ጤንነት

krank / gesund

ድንገተኛ

de Nootfall

እርዳታ!

Hölp!

ማንቂያ ደዉል

de Alarm

ጥቃት

de Överfall

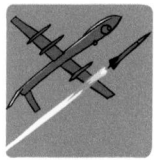

ድብደባ

de Angreep

አደጋ

de Gefohr

የድንገተኛ መዉጫ

de Nootutgang

እሳት!

dat Füer!

እሳት ማጥፊያ

de Füerlöscher

አደጋ

de Unfall

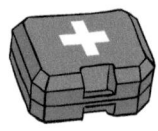

የመጀመሪያ እርዳታ መድሃኒት መያዣ

de Noothölpkoffer

ነፍስ አድን

SOS

ፖሊስ

de Polizei

ምድር
de Eerd

አዉሮፓ
....
Europa

ሰሜን አሜሪካ
....
Noordamerika

ደቡብ አሜሪካ
....
Süüdamerika

አፍሪካ
....
Afrika

እስያ
....
Asien

አዉስትራሊያ
....
Australien

አትላንቲክ
....
de Atlantik

ፓስፊክ
....
de Pazifik

የህንድ ዉቅያኖስ
....
dat Indisch Weltmeer

አንታርክቲክ ዉቅያኖስ
....
dat Antarktisch Weltmeer

አርክቲክ ዉቅያኖስ
....
dat Arktisch Weltmeer

ሰሜን ዋልታ
....
de Noordpol

ደቡብ ዋልታ
de Süüdpol

አንታርክቲካ
de Antarktis

ም ድር
de Eerd

መሬት
dat Land

ባህር
de See

ደሴት
dat Eiland

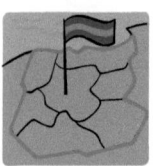

አገርና ህዝብ
de Natschoon

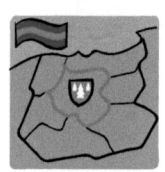

መንግስት
de Staat

ሰዓት
de Klock

የሰዓት ገፅታ

dat Tallenblatt

ሰዓት

de Stunnenwieser

ደቂቃ

de Minutenwieser

ሴኮንድ

de Sekunnenwieser

ስንት ሰዓት ነው?

Wo laat is dat?

ቀን

de Dag

ጊዜ

de Tiet

አሁን

nu

የቁጥር ሰዐት

de digetaalsch Klock

ደቂቃ

de Minuut

ሰዓታት

de Stunn

de Week

ሰኞ
de Maandag

de Middeweek
ረቡዕ

de Friedag
ኣርብ

de Dingsdag
ማክሰኞ

TU

TH

de Sünnavend
ቅዳሜ

de Dunnersdag
ሓሙስ

SA

SO

de Sünndag
እሁድ

ትላንት
güstern

ዛሬ
hüüt

ነገ
morgen

ማለዳ
de Morgen

ቀትር
de Meddag

ምሽት
de Avend

የስራ ቀናት
de Arbeitsdaag

የዕረፍት ቀናት
dat Wekenenn

ዝናብ
de Regen

ቀስተ ዳመና
de Regenbagen

ጥጥ የሚመስል አመዳይ
በረዶ
de Snee

ነፋስ
de Wind

ፀደይ
dat Fröhjohr

በጋ
de Sommer

መኸር
de Harvst

ክረምት
de Winter

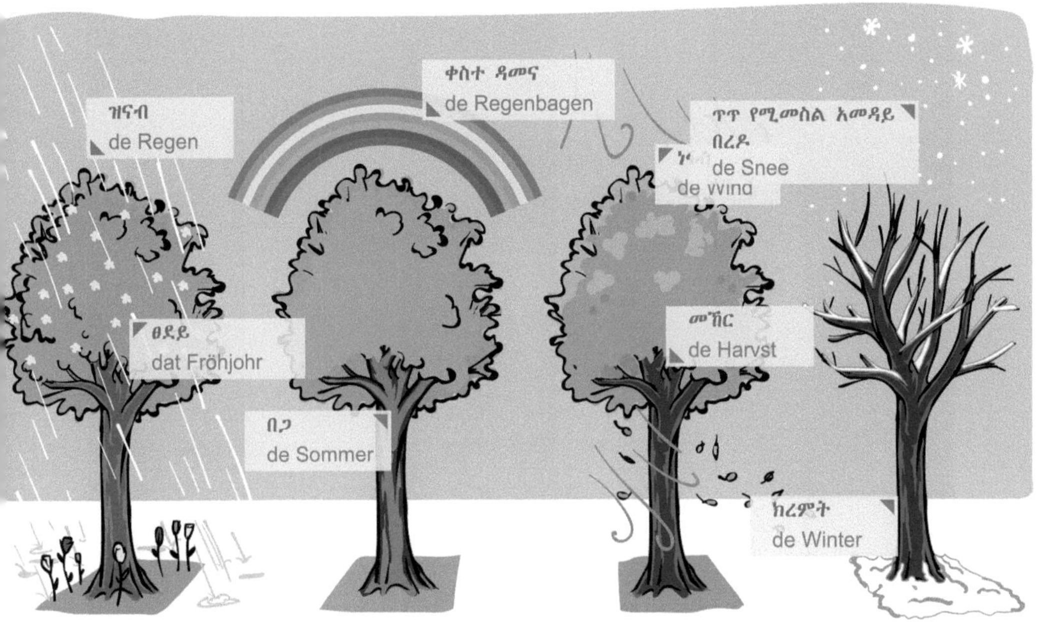

የአየር ሁኔታ ትንበያ

de Wedervörhersaag

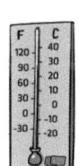

የሙቀት መለኪያ

dat Thermometer

የፀሀይ ሙቀት

de Sünnenschien

ደመና

de Wulk

ጭጋግ

de Nevel

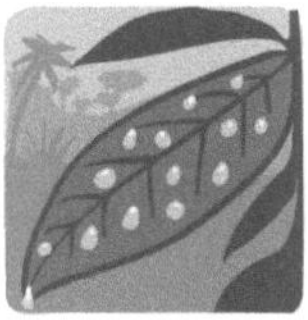

እርጥበታማነት

de Luftfuchtigkeit

መብረቕ

de Blitz

ነጎድጓድ

de Dunner

አዉሎ ንፋስ

de Storm

የበረዶ ዝናብ

de Hagel

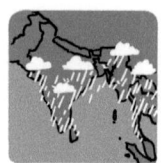

አዉሎ ንፋስ

de Monsun

ጎርፍ

de Floot

በረዶ

dat Ies

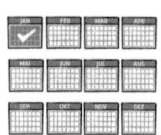

ጥር

de Januormaand

የካቲት

de Februormaand

መጋቢት

de Martmaand

ሚያዚያ

de Aprilmaand

ግንቦት

de Maimaand

ሰኔ

de Junimaand

ሐምሌ

de Julimaand

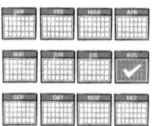

ነሀሴ

de Augustmaand

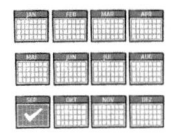

መስከረም
....
de Septembermaand

ጥቅምት
....
de Oktobermaand

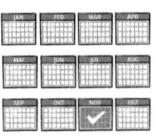

ህዳር
....
de Novembermaand

ታህሳስ
....
de Dezembermaand

ቅርፆች

de Formen

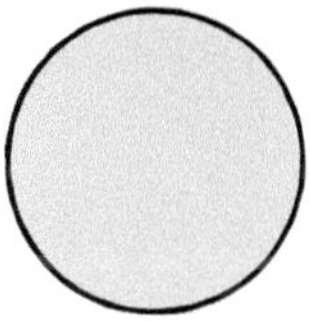

ክብ
....
de Krink

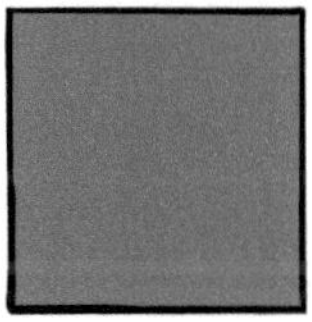

አራት ማዕዘን
....
dat Quadrat

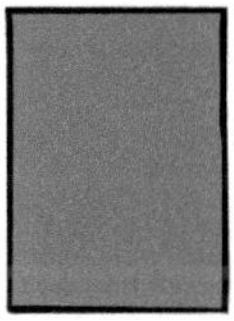

**አራት ቀጥተኛ ማዕዘኖች ጎኖች
ያሉት ቅርፅ**
....
dat Rechteck

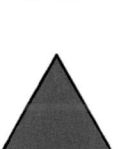

ሶስት ማዕዘን
....
dat Dreeeck

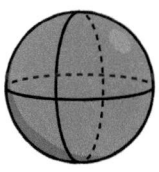

ሉል
....
de Kugel

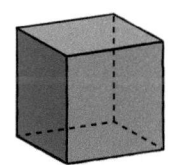

ስድስት ጎን ያለዉ ቅርፅ
....
de Wörpel

ቀለማት

de Farven

ነጭ
....
witt

ቢጫ
....
geel

ብርቱካናማ
....
orangsch

ሮዝ
....
pink

ቀይ
....
root

ወይን ጠጅ
....
lila

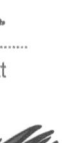

ሰማያዊ
....
blau

አረንጓዴ
....
gröön

ቡኒ
....
bruun

ግራጫ
....
gries

ጥቁር
....
swart

ተቃራኒዎች
de Gegendelen

ብዙ/ ጥቂት

....

veel / wenig

ንዴት/ እርጋታ

....

böös / verdreeglich

ቆንጆ/ አስቀያሚ

....

smuck / mies

ጅማሬ/ ፍፃሜ

....

de Begünn / dat Enn

ትልቅ/ ትንሽ

....

groot / lütt

ደማቅ/ ደብዛዛ

....

hell / düüster

ወንድም/ እህት

....

de Broder / de Süster

ንፁህ/ ቆሻሻ

....

schier / schietig

የተሟላ/ ያልተሟላ

....

kumpleet / nich kumpleet

ቀን/ ምሽት

....

de Dag / de Nacht

የሞተ/ ህያዉ

....

doot / lebennig

ሰፊ/ ጠባብ

....

breet / small

የሚበላ/ የማይበላ

geneetbor / nich geneetbor

ክፉ/ ደግ

böös / fründlich

ደስተኛ/ ድብርተኛ

fickerig / langwielt

ወፍራም/ ቀጭን

dick / dünn

መጀመርያ/ መጨረሻ

toeerst / toletzt

ጓደኛ/ ጠላት

de Fründ / de Fiend

ሙሉ/ ጎዶሎ

vull / leddig

ጠንካራ/ ለስላሳ

hart / week

ከባድ/ ቀላል

swoor / licht

ረሃብ/ ጥማት

de Smacht / de Döst

ህመም/ ጤንነት

krank / gesund

ህገወጥ/ ህጋዊ

nich na't Recht / na't Recht

ጎበዝ/ ደደብ

klook / dummerhaftig

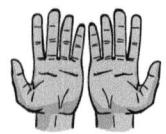

ግራ/ ቀኝ

linkerhand / rechterhand

ቅርብ/ ሩቅ

neeg / feern

አዲስ/ አሮጌ

nieg / bruukt

ን / የሆነ ነገር

nix / wat

ሽማግሌ/ ወጣት

oolt / jung

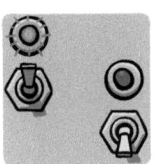

የበራ/ የጠፋ

an / ut

ክፍት/ ዝግ

apen / slaten

ፀጥታ/ ጫጫታ

lies / luut

ሃብታ / ደሃ

riek / arm

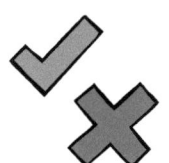

ትክክለኛ/ የተሳሳተ

richtig / verkehrt

ሻካራ/ ለስላሳ

ruug / glatt

ሐዘን/ ደስታ

trurig / glücklich

አጭር/ ረጅ

kort / lang

ዝግተኛ/ ፈጣን

suutje / flink

እርጥብ/ ደረቅ

natt / dröög

ሞቃት/ ቀዝቃዛ

warm / köhl

ጦርነት/ ሰላ

de Krieg / de Freden

ቁጥሮች

de Tallen

0	1	2
ዜሮ	አንድ	ሁለት
null	een	twee
3	4	5
ሶስት	አራት	አምስት
dree	veer	fief
6	7	8
ስድስት	ሰባት	ስምንት
söss	söven	acht
9	10	11
ዘጠኝ	አስር	አስራ አንድ
negen	teihn	ölven

12
አስራ ሁለት
twölf

13
አስራ ሶስት
dörteihn

14
አስራ አራት
veerteihn

15
አስራ አምስት
föffteihn

16
አስራ ስድስት
sössteihn

17
አስራ ሰባት
söventeihn

18
አስራ ሰስምንት
achtteihn

19
አስራ ዘጠኝ
negenteihn

20
ሃያ
twintig

100
መቶ
hunnert

1.000
ሺህ
dusend

1.000.000
ሚሊዮን
million

ቋንቋዎች

de Spraken

እንግሊዝኛ

dat Engelsch

የአሜሪካ እንግሊዝኛ

dat Amerikaansch Engelsch

የቻይና ማንዳሪን

dat Chineesch Mandarin

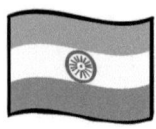

ሂንዱ

dat Hindi

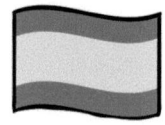

ስፓኒሽ

dat Spaansch

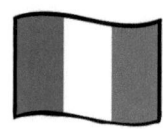

ፍሬንች

dat Franzöösch

አረብኛ

dat Araabsch

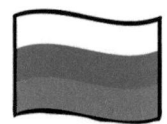

ራሺያኛ

dat Rusch

ፖርቱጊዝ

dat Portugiesch

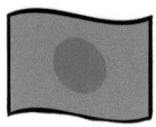

ቤንጋሊ

dat Bengaalsch

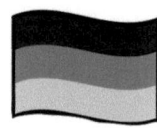

ጀርመን

dat Düütsch

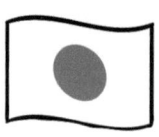

ጃፓንኛ

dat Japaansch

ማን/ ምን/ እንዴት
wokeen / wat / wo

እኔ
ik

አንተ
du

እሱ/ እርሷ/ እቃዉ
he / se / dat

እኛ
wi

አንተ
ji

እነርሱ
se

ማን?
keen?

ምን?
wat?

እንዴት?
woans?

የት?
woneem?

መቼ?
wannehr?

ስም
de Naam

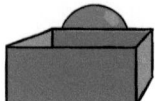

የት

wo

በስተጀርባ

achter

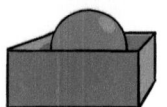

ዉስጥ

in

ከፊት ለፊት

vör

ከላይ

över

ላይ

op

ከስር

ünner

አጠገብ

blangen

መሃከል

twüschen

ቦታ

de Oort